ડેઈઝી અને ઈંડુ
Daisy and the Egg

Jane Simmons

Gujarati translation by Pratima Dave

MILET

To my Dad

Daisy and the Egg / English-Gujarati

Milet Publishing Limited
PO Box 9916, London W14 OGS, England
Email: orders@milet.com
Web site: www.milet.com

First English-Gujarati dual language edition published by Milet Limited in 2000
First English edition published by Orchard Books, London in 1999

ISBN 1 84059 173 0

Typeset by Typesetters Ltd, Hertford, England

Printed in Singapore

ડેઈઝીએ પૂછ્યું ''હવે કેટલા ઈંડા છે?'' ''ચાર'' આન્ટી બટરકપે ગર્વથી કહ્યું, ''મારા ત્રણ અને માતાનું એક લીલું.''

માતા બતકે કહ્યું કે ''તારી આન્ટી મારા માટે ઈંડા સેવતી બેઠી છે.''

''શું હું પણ એક ઈંડા પર બેસી શકું?'' ડેઈઝીએ ઉત્તેજનાથી પૂછ્યું.

"How many eggs now?" asked Daisy. "Four," Auntie Buttercup said proudly, "my three and Mamma's green one."

"Your Auntie's sitting on an egg for me," said Mamma Duck.

"Can I sit on one too?" asked Daisy excitedly.

તેમ કરવું સહેલું નહોતું.

It wasn't easy.

માતા બતક દરરોજ ડેઈઝીને
આન્ટી બટરકપ માટે થોડુંક ખાવાનું
લઈને મોકલતી.

Every day Mamma Duck
sent Daisy with some food
for Auntie Buttercup.

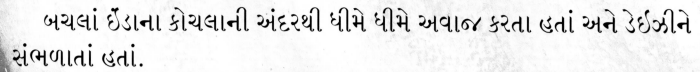

બચલાં ઈંડાના કોચલાની અંદરથી ધીમે ધીમે અવાજ કરતા હતાં અને ડેઈઝીને સંભળાતાં હતાં.

આન્ટી બટરકપે કહ્યું કે ''તારે ટૂંક સમયમાં જ ભાઈ અથવા બ્હેન આવશે.''

ડેઈઝી અત્યંત ઉત્તેજિત થઈ ગઈ.

Daisy listened as the chicks tapped softly inside their shells.
"You'll have a brother or sister soon," said Auntie Buttercup.
Daisy was so excited.

જ્યારે તેઓએ આન્ટી બટરકપને બીજે દિવસે જોઈ, તો જોયું કે તેણી પોતાની પાંખો ફફડાવી રહી હતી.

"બચલાં હવે બહાર આવવાની તૈયારીમાં છે! બચલાં હવે બહાર આવવાની તૈયારીમાં છે!" તેણીએ કહ્યું.

When they saw Auntie Buttercup the next day, she was flapping her wings.

"They're hatching! They're hatching!" she called.

એક બચલું ઈંડાના કોચલાને તોડી બહાર આવી રહ્યું હતું.
ડેઈઝીએ તેણીના પહેલા પિત્રાઈને બહાર આવતાં જોયું.

One duckling had cracked the shell. Daisy
watched her first cousin struggle out.

''અરે! તે તો ભીનું ભીનું છે!'' ડેઇઝીએ કહ્યું.
''ચૂપ!'' માતા બતક ગુસ્સે થઈ.
ત્યારબાદ બીજાં બે વધુ બચલાં બહાર આવ્યાં.

"Yuk! It's all wet!" said Daisy.
"Shhh!" scolded Mamma Duck.
Then two more eggs hatched.

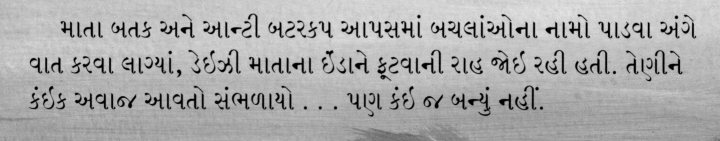

માતા બતક અને આન્ટી બટરકપ આપસમાં બચલાંઓના નામો પાડવા અંગે વાત કરવા લાગ્યાં, ડેઇઝી માતાના ઈંડાને ફૂટવાની રાહ જોઈ રહી હતી. તેણીને કંઈક અવાજ આવતો સંભળાયો . . . પણ કંઈ જ બન્યું નહીં.

While Mamma Duck and Auntie Buttercup talked about names, Daisy waited for Mamma's egg. She thought she heard something . . . but nothing happened.

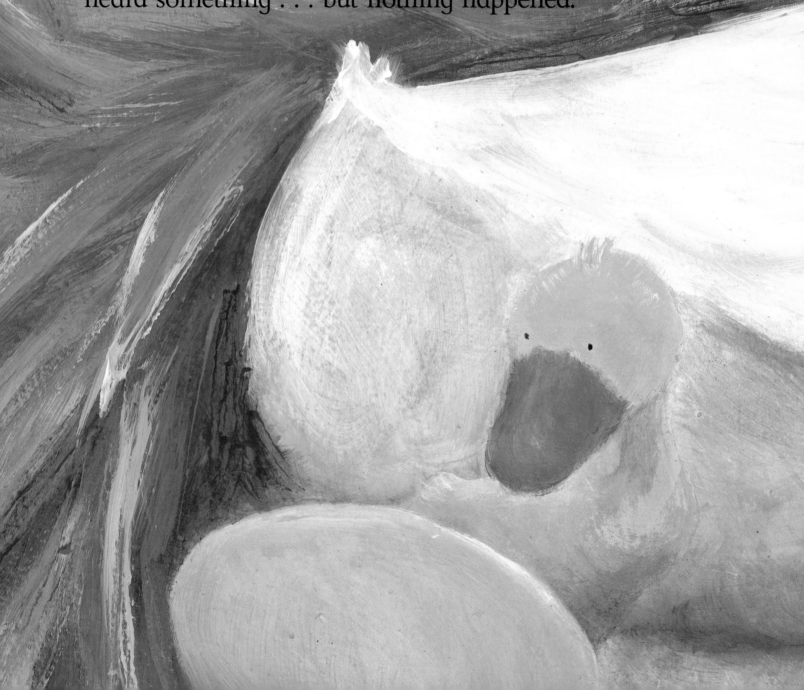

તેઓ બધા કાન દઈને સાંભળવા લાગ્યાં . . . પણ
ઈંડામાંથી કંઈ જ અવાજ આવતો સાંભળવા ન મળ્યો.

They all listened . . . but there was no
sound from the egg.

એ રાત્રીએ માતા બતક તેણીના ઈંડા સેવવા બેઠી તેમ છતાં પણ બીજે દિવસે કંઇ જ થયું નહીં. ''કોઇ કોઇ ઈંડા ફૂટતાં નથી. આવ અને તારા પિત્રાઈ ભાઇ બહેનો સાથે રમ, ડેઈઝી,'' માતા બતક બોલી.

પણ ડેઈઝી માતાના ઈંડા પાસે જ બેસી રહેવા માગતી હતી.

That night Mamma Duck sat on her egg but the next day it still hadn't hatched. "Some eggs don't. Come and play with your cousins, Daisy," said Mamma Duck.

But Daisy wanted to stay with Mamma's egg.

ડેઈઝીએ પીછાઓમાં કાણું કર્યું, ઈંડાને તેમાં વિંટાળ્યું અને પછી તેના માથે બેઠી. ''ચાલ હવે, ડેઈઝી!'' માતા બતક બોલી પણ ડેઈઝી ત્યાંથી ખસી જ નહીં.

Daisy made a hole in the feathers, rolled the egg in and sat on top. "Come on, Daisy!" called Mamma Duck. But Daisy wouldn't move.

અંધારું થઈ રહ્યું હતું અને ડેઈઝીને ઠંડી
લાગતી હતી અને તેણી થાકી પણ હતી.

It was getting dark and Daisy
was cold and tired.

માતા બતક પાછી આવી. "આપણે કાલ સવાર સુધી સાથે બેસીશું," તેણી માયાળુપણે બોલી. "હા" ડેઇઝીએ કહ્યું . . .

Mamma Duck came back. "We'll sit together until morning," she said kindly. "Yes," said Daisy . . .

પીપ! પીપ! પીપ! ડેઈઝી જાગી ઊઠી. ઈંડામાંથી અવાજ આવ્યો!

Pip! Pip! Pip! Daisy woke up. It was the egg!

તેણીનો નવજાત ભાઇ ઇંડાના કોચલામાંથી બહાર નીકળવા મથી રહ્યો હતો અને ''પીપ! પીપ!'' બોલતો હતો.

''ક઼ૂ!'' ડેઇઝી બોલી. ''પીપ!'' તે ફરી બોલ્યો.

''પીપ!'' ડેઇઝી બોલી. ''હલ્લો, પીપ,'' માતા બતક બોલી.

Her new brother struggled out of his shell and went "Pip! Pip!"

"Coo!" said Daisy. "Pip!" he went again.

"Pip!" said Daisy. "Hello, Pip," said Mamma Duck.

અને તેઓ બધાંએ મળીને
નાનકડા પીપના જન્મદિવસે
ઉગતા સૂર્યને નિહાળ્યો.

And they all watched
the sun rise on Little Pip's
hatching day.